இருளடைந்த பங்களா

வல்லிக்கண்ணன்

Title: Iruladaintha Bungalow

Author: Vallikannan

Language: Tamil

First Published on: 1951

Year of Publication: 2024

Book Format: Paperback

*Page Size: 6inch * 9inch*

Category: Fiction

Subject: Short Novel

No. of pages: 44

ISBN: 978-81-997361-5-3

Published by: Nilan Publishers, Madurai, Tamilnadu, India

பொருளடக்கம்

குறிப்புகளுக்காக

மறக்க வேண்டாம் !

ஆங்கில நவீனங்களிலிருந்து அபேஸ் செய்யப்பட்ட கதை அல்ல இது. அமெரிக்க சினிமா, ஹிந்திப் படம் எதையாவது பார்த்த பின் உருவான மாரீசமும் அல்ல. மனிதன் எத்தகைய பேய்த்தனக் கொடூர அசுர வெறியனாக மாறமுடியும் என்பதை விலக்கும் 'இருளடைந்த பங்களா' முழுக்க முழுக்க சுத்த சுயம்புவான கற்பனை என்றும் நான் சொல்ல மாட்டேன். உலகத்தில் நடந்த விஷயம். ஐரோப்பாவில் ஒரு இடத்தில் நிகழ்ந்ததாக ஒரு பத்திரிகையில் சிறிய செய்தி ஒன்று படித்தேன். இருபது வரிச் செய்தியை வைத்து என் மனம் செய்துள்ள குறளி வித்தைதான் இந்நெடுங்கதை.

வல்லிக்கண்ணன்

இருளடைந்த பங்களா

1

ஊரின் ஒரு கோடியிலிருந்த பெரிய பங்களாவில் நிரந்தரமாகக் குடியிருந்த இருளை விரட்டி விட்டுத் திடீரென்று ஒளி சிரிக்கத் தொடங்கியது ஊராரின் பேச்சுக்குரிய பொருளாயிற்று.

அந்தப் பெரிய வீட்டில் வசிக்க வந்தது யாராகயிருக்கும் என்ற கவலை எல்லோருக்கும் ஏற்பட்டது ஆச்சர்யமல்ல. பலரது கவனத்தையும் கவர்ந்த கட்டிடம் அது.

நகரமுமல்லாத பட்டிக்காடு மில்லாத ஒரு ஊர் அது. பெயர் எதுவாகவும் இருந்துவிட்டுப் போகட்டுமே! ஏதோ ஒரு 'ரெண்டும் கெட்டான் புரம்'! அங்கு தண்ணீர் ஓடாத பெரு நதி ஒன்று உண்டு. மணல் பரந்து கிடக்கும் ஆற்றையடுத்து நாணல் புதர்.

நாணல் என்றால் வெறும் குச்சி குச்சியாக நிற்பதல்ல காடாக மண்டிக் கிடக்கும். ஒரு ஆள் உயரத்திற்கு — சில சமயம் ஏழு ஏழரை அடி உயரம் கூட — வளர்ந்து வெளிப் பஞ்சுத் தொகுதிகள் போல் பூ முடிகள் நிமிர்த்திக் காற்றிலே சரசரத்து நிற்கும். எவனையாவது அடித்துக் கொன்று உள்ளே எறிந்து விட்டால், ஊறுகாய்ப் பானையில் போட்ட மாங்காய் மாதிரி, அந்த உடல் அலுப்பற்றுக் கிடக்கும் என்று நம்பலாம்.

நாணல் கவித்த படுகையை யொட்டி உயர்ந்த கரை. அங்கு, அதிகத் தண்ணீரை நம்பி வாழாத ஒருவகைக் கொடி பேயாய் படர்ந்து கிடக்கும். மழை பெய்து நின்ற சில நாட்களுக்குப் பிறகு பார்த்தால் கரை பூராவும் ஒரே பச்சைக்காடுதான். அப்புறம் சில தினங்களிலேயே ஏகமாகப் பூக்கள் மலர்ந்து திகழும். பழைய காலத்துப் 'பூவந்திராப் பெட்டி' (கிராமபோன்)களில் ஒலிபெருக்கிகளாகக் குழாய்கள் வைத்திருப்பார்களே, அவை போல. ஊமத்தம் பூ இனத்தைச் சேர்ந்த - புஷ்பங்கள் வானைப் பார்த்து வாய்பிளந்து கிடக்கும். அவற்றின் நிறத்தை வாடாமல்லி வண்ணத்தின் மங்கிய தோற்றம் என்றும் கொள்ள முடியாது; பழுப்பு என்றும் கூறமுடியாது. சம்பா அரிசிக் கழுநீரின் நிறத்தை அதனுடன் ஏகதேசமாக ஒப்பிடலாம்.

அவ்விதம் அடர்ந்து கிடக்கும் கொடிகளிடையே யாராவது அஜாக்கிரதையாக நடக்க முயன்றால் முழங்கால் வரை உள்ளே போய்விடும். காலை வெளியே இழுத்து மறு எட்டு வைத்து அடி அடியாக முன்னேறுவது என்பது கத்திக் கம்பிமீது கடக்கிற சர்க்கஸ் வித்தை மாதிரித்தான். யாரையாவது கழுத்தைத் திருகி உள்ளே வீசிவிட்டால் அந்த ஆசாமி மரகதப் பசுங்கொடிச் சமாதியிலே நிம்மதியாக ஓய்வு பெற்றுக் கிடக்கலாம்.

இந்தப் பகுதியை ஒட்டி அழகான தோப்புகள். மா மரங்கள், தென்னை, சவுக்கை முதலியவைகளுடன் நாலைந்து தேக்கு மரங்களும் நன்கு வளர்ந்து நின்றன. விவசாய இலாக்காவினரின் போதனைகளில் அக்கறை கொண்டு புதிய புதிய பயிர்ச் சோதனைகளில் ஈடுபட்ட புண்ணியவான் யாரோ ஒருவர் பல வருஷங்களுக்கு முன்பு அந்த பங்களாவில் வாசஞ் செய்ததாகச் சொல்லிக்

கொண்டார்கள் அந்த ஊரிலே. தோப்புகளின் நடுவிலே கம்பீரமாக நின்றது அந்த பங்களா. வாழ்க்கை வசதிகள் பலவும் அங்கு நிறைந்திருக்கும் என்றே எண்ணத் தூண்டும் தோற்றம். அழகான முகப்புடன் விளங்கிய அக் கட்டிடத்தினுள் ஊர்க்காரர்கள் நுழைந்து பார்க்க ஒரு சந்தர்ப்பம் கூடக் கிட்டவில்லை. ஆகவே, பங்களாவின் உட்புறம் எப்படியிருக்கும், எத்தனை அறைகள், அங்கு என்னென்ன அற்புதங்களைக் காணலாம் என்பது எதுவும் அவர்களுக்குத் தெரியாது.

பங்களாவின் முன் பக்கம் பெரிய இரும்பு கேட்டும், சுற்றிலும் உயர்ந்த காம்பவுண்டுச் சுவர்களும் சேர்ந்து பங்களாவின் மர்மச் சூழ்நிலையாக உதவின. ஜமீன்தார் எவரோ கட்டிய பங்களா; அவரது ஆசை நாயகியை அடைத்த வைத்துக் கிளி போல் காப்பதற்காக அமைக்கப்பட்டது; அங்கு கூட ஒரு கள்ளக் காதலன் வந்து போக அவள் ஏற்பாடு செய்து விட்டாள்; அதனால் ஆத்திரமடைந்த ஜமீன்தார் அவளைக் கொன்று போட்டார்; அவள் பிசாசாக மாறி நன்கு வாழ்கிறாள் என்று சிலர் சொல்வது உண்டு.

இதற்கு ஒரு 'பாடபேத'மும் உண்டு. ஜமீன்தாரின் ஆசைநாயகி கொலை செய்யப்படவில்லை; அவளாகவே 'நாணிட்டு நின்று' செத்துப் போனாள்; அப்படிச் செத்தவள் பிசாசாக சுற்றித் திரியாமல் என்ன செய்வாளாம். இது பலரது சவால்.

நாம் எதையும் ஏற்றுக்கொள்ள வேண்டியதில்லை. அந்த பங்களாவிற்கு ஊராரின் பேச்சு மர்மச் சாயம் பூசி வந்தது என்று அறிந்து கொண்டால் போதும்.

சிலர் ஏதோ குஷியில் பெரிய பெரிய கட்டிடங்களாகக் கட்டிப்போட்டு விடுகிறார்கள். அப்புறம் வருஷந்தோறும் வெள்ளையடித்து அதைச் சுத்தமாக வைத்திருக்கும் சிரத்தை கூட இல்லாதவர்களாகி விடுகின்றனர். காலப் போக்கிலே பழுது பார்க்கவும், பளிச்சிடும் சோபை தரும் வகையில் சுண்ணாம்பு பூசவும் வக்கற்றுப் போகிறார்கள். இதனாலெல்லாம் பல கட்டிடங்கள் பாசிபடிந்த பழமைத் தோற்றம் பெற்று அழுமூஞ்சித்தனமாக காட்சி தருகின்றன.

'ரெண்டுங்கெட்டான்புரம்' ஊரின் ஒரு மூலையிலே நின்ற பெரிய பங்களாவும் காலப்பாசம் படிந்த சமாதி போல்தான் காட்சியளித்துக் கொண்டிருந்தது. அதை ஒரேயடியாக அடைத்துப் போட்டு விட்டதனால் அதற்கு இருளடைந்த தன்மை படித்திருந்தது. அதை வௌவால்களும் குருவிகளும் சுகவாச ஸ்தலமாக எவர் அனுமதியும் பெறாமலே உரிமை கொண்டாடி மகிழ்ந்தன.

வருஷக் கணக்கில் அடைத்துக் கிடந்த அந்த பங்களாவிற்கு சாப விமோசனம் பிறந்ததென்றால் அது பரபரப்பிற்குரிய செய்திதானே! அங்கு குடியிருக்க வந்த தைரியசாலி யார் என்று அறியும் ஆவல் பலருக்கும் ஏற்பட்டது இயல்புதான்!

அந்த ஆசையும் இயல்பும் வளர்ந்தன. பங்களாவில் நிகழ்ந்த புதுமைகளை அறிய அறிய கட்டிடம் பழுது பார்க்கப்பட்டது. சுவர்களுக்கு வெள்ளையடித்து, கதவுகளுக்கும் ஜன்னல்களுக்கும் வர்ணம் பூசி

அழகுபடுத்தினார்கள். அழுது வடியும் மூளி மாதிரியிருந்த தோற்றம் இத்தகைய மாறுதல்களினால் கண்கவரும் மேக்கப் சுந்தரியின் பகட்டுத்தனம் பெற்றது. பங்களாவுக்குப் போகும் பாதை சரிவர இல்லாதிருந்தது. அதைச் சரிப்படுத்தி கார் போய்வர வசதியான நல்ல ரோடாக மாற்றி வைத்தார்கள். சுற்றிலும் குப்பைக் காடுகளாக விளங்கிய தோப்புக்களைச் சுத்தப்படுத்தினார்கள்.

இவ்வேலைகளைச் செய்த நபர்களிடம், 'யார் இந்த பக்களாவிற்கு வரப்போகிறார்கள்?' என்று கேட்கப்பட்ட கேள்விகளுக்கெல்லாம் ஒரே பதில்தான் கிடைத்தது. 'அது எங்களுக்குத் தெரியாது. யார் வந்தால் என்ன! எங்களுக்கு வேண்டியது கூலி. அது தாராளமாகக் கிடைக்குது. அதைத் தரும் புண்ணியவானைப் பற்றி நாங்க ஏன் வீணாக விசாரிக்கணும்?' இந்த பதிலில் உழைத்தவர்களின் திருப்தி தொனித்தது; ஆனால் ஊராரின் ஆவலைக் கிளறிவிடும் தன்மையுமிருந்தது.

தேவையான வேலைகள் எல்லாம் முடிவடைந்து சூழ்நிலை அமைதியும் அழகும் பெற்ற தினத்திலிருந்து அந்த பங்களாவில் ஜீவகளை பிறந்தது. அங்கு யாரோ குடிவந்து விட்டார்கள் என்று தெரிந்ததே தவிர, 'யார் வந்தது, எத்தனைபேர் வந்திருக்கிறார்கள்; ஆண்களா பெண்களா; அவர்களுக்கு என்ன வேலை; எந்த ஊர்'. என்பன போன்ற விவரம் எதையும் யாருமே புரிந்து கொள்ள இயலவில்லை. முன் வாசலின் பெரிய கேட் சதா சாத்தியே கிடந்தது. உள்ளுலகத்திலிருந்து வெளியே வந்து புறவுலகுடன் தொடர்பு கொள்ள விரும்புகிறவர்கள் யாரும் அங்கிருப்பதாகக் தெரியவில்லை. முன்பு பாசி படிந்த பழைய சமாதி

போல் தோன்றிய கட்டிடம் இப்போது கண்ணே உறுத்தும் புதிய சமாதி மாதிரி விளங்கியது. அவ்வளவுதான் வித்தியாசம்.

இந்நிலை பலரகமான பேச்சுகள் பிறந்து பரவத் துணை புரிந்தது. இரண்டு மூன்று நாட்களுக்கொருமுறை இரவு பத்து மணிக்கு மேலே கார் வெளியே போகும் சத்தம் கேட்கிறது என்கிறார்கள் சிலர். நடுச் சாமத்திலே கார் வந்து பங்களாக் காம்பவுண்டிற்குள் போவதாகத் தெரிகிறது என்றார்கள் ஒன்றிருவர். விவசாயப் புதுமைப் பரிசோதனைகளில் ஈடுபட்டிருந்தாரே ஒருவர், அந்தப் பழைய கறுப்பர் தான் இப்போது வெள்ளையடித்துப் புதிய கிரகப்பிரவேசம் நடத்தியிருக்கிறார் என்றார்கள். எவனோ கள்ள நாணயம் அடிக்கிற எத்தன் வந்திருக்கிறான்; கொள்ளைக்கார ஜமீந்தார் குடி வந்திருக்கிறான்; கொலைகாரப் பாவியாகத் தானிருக்கும்; அரசியலில் ஈடுபட்டு 'அண்டர் கிரவுண்டு' ஆகிவிடும் வேஷக்காரன் எவனோ இங்கு வந்து புது நாடகம் நடத்துகிறான்; கொடு நோய் பற்றிய பணக்காரன் தனி வாழ்வு வாழ முயல்கிறான்— இப்படி மனம் போனவாறெல்லாம் கற்பித்துப் பேசினர் அவ்வூர் அளப்பர்கள்.

ஒருநாள் ஒருவன் அமுத்தலாகச் சொன்னான்; 'குட்டி களை இழுத்து வந்து ஜல்ஸாப் பண்ணி மகிழ்கிற ஆசாமி எவனோதான் அந்த பங்களாவிற்கு வந்திருக்கிறான்' என்று.

'ஆங், அப்படியா! 'என்னண்ணேய் விஷயம்?' 'சட்டுப் புட்டுன்னு விஷயத்தைச் சொல்லுமய்யா!' என்று உற்சாகக் குரல்கள் கூவின.

நேத்து ராத்திரி பதினோரு மணியிருக்கும். எனக்கு வயிற்றைக் கலக்குற மாதிரியிருந்தது. ஆற்றுப் பக்கமாப் போயிட்டு வரலாமேன்னு போனேன். நான் வழக்கமாக அந்த ஊரடிப் பாலத்துக்கிட்டே ஒத்தையடித் தடம் இறங்குதே, அந்த வழியாகத்தான் போறது. போயிட்டுத் திரும்பி வந்து ரோட்டிலே ஏறக் காலத் தூக்கினேன். கண்ணைக் குருடாக்குற மாதிரி வெளிச்சமடிச்சுது. மோட்டர்க்காரு லயிட்டு வெளிச்சம். காரிலே யாரு வாறா பார்க்கலாமேன்னு நின்னு கவனிச்சேன். பாலத்தைத் தாண்டித் தானே பங்களாத் தோப்புக்குள்ளே போகனும். காரு எங்கேதான் போகுமின்னு எனக்கு ஒரு எண்ணம். நின்னு கவனிச்சேன். கார் வந்தது. ரொம்ப வேகமா வரல. விளக்குகளை அணைக்கவுமில்லை. நிதானமாத்தான் வந்தது. உள்ளே மங்களான வெளிச்சமிருந்தது. காரை ஓட்டினவன் தவிர ஒரு ஆம்பிளையும் பொம்பிளையும் இருந்தாங்க, அவ ஷோக்கான உருப்படி. அடடா, பிக்சர்னா பிக்சர்தான். மணியான குட்டி!...

எல்லோரும் ஒருவர் மூஞ்சியை ஒருவன் பார்த்துக் கொண்டனர். அவர்கள் கண்களில் பொறாமை சிற்றொளி சிதறி விட்டுப் பம்மியது. அவர்கள் ஆர்வம் எவ்வியது. 'ஆங், அந்த ஆசாமி எப்படியிருந்தான்?' பலரும் அறிய அளாவியது. இதே தான்.

'அவனை நான் நல்லாக் கவனிக்கலியே. அவளைத் தான் பார்த்தேன். இருந்தாலும், பார்வையிலே பட்டதிலிருந்து

பெரிய மனுசனாகத்தானிருக்கும்னு தீர்மானிக்க வேண்டியிருக்கு. மூஞ்சி சரியாகப் பார்வையிலே படலே. நாற்பது நாற்பத்தைந்து வயது ஆசாமி, பணமும் அந்தஸ்தும் பெற்றவன் மாதிரித் தோணிச்சு, அதுக்குள்ளே காரு என்னைக் தாண்டிப் போயிட்டுது பங்களாவுக்குத்தான் போச்சு' என்றான் கண்ணால் கண்டவன்.

இவ்வளவு கண்டு விட்டதால் அந்தக் கும்பலில் அவன் பெரியவனாகி விட்டான்! ஆளுக்கொரு கேள்வியாகக் கேட்டுத் தொணதொணத்ததால் அவன் எரிந்து விழ நேர்ந்தது. பணக்காரன் கூட்டிவந்த 'சோக்கான உருப்படி'யைப் பார்த்து விட்டானே பயல் என்ற ஆற்றாமையினால் சிலர் அவன்மீது கிண்டல் சொற்கள் எறிவதில் மனத் தினவைத் தீர்த்துக் கொள்ள முயன்றர்கள்.

'நீ சுத்த சோப்ளாங்கியடா! அவன் எப்படிப் பட்டவன்கிறதைக் கவனிக்காமல் போயிட்டியே. எவளோ ஒரு பொம்பிளையைப் பாத்ததும் ஈயின்னு இளிச்சுக்கிட்டு நின்னுட்டானய்யா. 'தேன் குடிச்ச நரியாட்டம்!' என்று கேலி பேசினர். என்றாலும், அந்த 'பிக்சர்னு பிக்சர்தான்' பியூட்டியைக் கண்ணால் பார்க்கும் வாய்ப்பு கூடத் தங்களுக்குக் கிடைக்காமல் போய்விட்டதே என்ற ஏக்கம் தீரவில்லை அவர்களுக்கு.

2

‘ரெண்டுங் கெட்டான் புர'த்தின் மணலாற்றிலே கூடச் சிலசமயம் தண்ணீர் கரைபுரண்டு ஓடுவதுண்டு. மழைகாலத்தில் மாதக்கணக்காக கொஞ்ச நீர் சலசலத்து உருண்டோடும். சில தினங்களிலே பெருவெள்ளம் பொங்கிப் பிரவகித்துக் குதித்து கரைகளிடையே வெறியாட்டயர்ந்து அகப்பட்டவைகளே யெல்லாம் சுருட்டிச் சுழன்றோடும். வெள்ளத்தின் வேகம் தணிந்து தண்ணீர் வற்றிய பிறகு மணல் படுகையில் பலரகமான பொருள்களும் தட்டுப்படுவது சகஜம். எங்கிருந்தாவது எதையேனும் இழுத்து வரும் நீர்ப்பெருக்கு எங்காவது அதைப் போட்டுவிட்டு மறைந்து விடும், விளையாட்டுத் தனச் சிறுபிள்ளை போல.

இருளடைந்த பங்களா பற்றிய செய்தியின் சூடு ஆறிப்போய்க் கொண்டிருந்த சமயம் ‘அச்சு அசல் பிக்சர்' பியூட்டியைப் பற்றி எல்லோரும் பேசிப்பேசி அலுப்படைத்து விட்ட வேளை, வேறொரு பரபரப்பான சேதி ஆடிக் காற்றின் வேகத்திலே பரவியது எங்கும்.

மணலாற்றிலே திடீரென வெள்ளம் கரை புரண்டோடியது. அதன் மூலஸ்தான மலையிலே பெய்த பெருமழையின் விளைவானது. ஆகவே, இரண்டே நாட்களில் நீர்ப் பெருக்கு வந்தது போல் வடிந்து விட்டது. அது செய்த வேலை தான் மிகப் பெரியது!

ஜனங்கள் அதிகம் இறங்கி ஏறும் ஒரு பாதையினருகிலே அரசமரம் ஒன்று நின்றது. கரையோரத்தில் நின்ற மரத்தின் வேர்கள் சில ஆற்றினுள்ளும் பரவியிருந்தன.

அவற்றினூடே பாய்ந்து புகுந்து வெள்ளம் மணலை அரித்துச் சென்று விட்டது. அதற்கு ஈடாக அளித்தது போல் மனித உடல் ஒன்றை அங்கு திருகல் முறுகலாகத் திணித்து வைத்திருந்தது.

அந்தப் பிரேதத்தை முதன் முதலில் பார்த்த பெருமை யாருக்குப் போய்ச் சேர வேண்டுமோ தெரியாது. அதைப் பற்றி எவரும் கவலை கொள்ளவுமில்லை. 'அது யார்? அந்தப் பிணம் எங்கிருந்து வந்திருக்கும்? கொலையா, தற்கொலையா, விபத்துதானா?' இப்படி எவ்வளவோ புதிர்கள் கிளைத்துப் படர்த்தன அந்த ஊராரைத் திணற வைக்கும் விதத்திலே.

போலீஸார் வந்து, கவனிக்க வேண்டியவைகளை எல்லாம் சரிவரச் செய்து முடித்து, மனித உடலைக் கரையேற்றியதும் அது ஒரு பெண்ணின் சவம் என்று புரிந்தது. 'ஆங். பொம்பிளையா!' என்ற அதிர்ச்சி கும்பலை வேடிக்கை பார்க்கப் புடதியைப் பிடித்து நெருக்கித் தள்ளவே, தடியடிப் பிரயோகம் செய்ய வேண்டிய நிர்ப்பந்தம் போலீசுக்கு ஏற்பட்டது.

'ஆமா. பொம்பிளைதான். இவளை நான் எங்கேயோ பார்த்த மாதிரித் தோணுது' என்று தலையைச் சொறிந்தார் ஒரு பிரதர். 'அன்றைக்கொரு நாள் காரிலே பார்த்ததேனே ஒரு பியுட்டி, அவ முகம் போலே இருக்குது' என்று சொல்லலாமோ வேண்டாமா எனத் தலையைச் சொறிந்தார் அவர். 'கண்டவர் விண்டிலர்' என்ற தத்துவத்தைக் கடைப்பிடிப்பதே மெத்தப் புத்திசாலித்தனம் என்றும் முடிவு செய்த மௌனத்தில் ஆனந்தமும் காணத் துணிந்தார் தோழர்.

எனினும் அவர் மனம் மாத்திரம் குறுகுறுத்துக் கொண்டு தாணிருந்தது; ஒருவேளை இது அவளாகவே இருக்குமோ? அப்படியானால், அவள் எப்படிச் செத்தாள்? கொலை செய்து நாணல் புதருக்குள் வீசி எறிந்திருப்பார்களோ? ஏன்?... படுபாவிகள் அன்பாக அழைத்து வந்து எதற்காக அப்படிச் செய்யத் துணிந்தாகள்?

இவையெல்லாம் அவரது அறிவுக்குத் தெளிவாகாப் பிரச்னைகள். இத்தகைய புதிர்கள் பல அவ்வூராரின் நினைவுப் பரப்பிலே குமிழிட்டுக் கொப்புளித்தன. அவரவர் மனப்பக்குவத்திற்கேற்ப விளக்கமும் கூறிக் கொண்டனர்.

'நம்மூரு நாணல்காட்டுப் பிசாசு அறைஞ்சு கொண்ணுயிருக்குமய்யா. உடலை எப்படிக் கொரக்கக் கொரக்கக் கொண்டு போயிருக்கு பார்த்திரான்னேன்!' ஈரவேட்டியைத் திருகிப் பிழிகிற மாதிரியிலே. யேங்?... 'இந்தப் பக்கத்திலே ரத்தக் காட்டேறி ஒண்ணு அலையிறதாகக் கேள்வி. அது செய்த வேலையாகத்தானிருக்கணும்.

பிரேதத்தைக் கவனித்தீர்களா? ரத்தம் செத்துப் போயி. ரத்தமேயில்லாமல் செத்துப்போன மாதிரியில்லா யிருந்தது? என்ன நான் சொல்றது?' ... ரத்தக் கொதிப்பெடுத்த மனிதப் பிசாசுகள்தான் அவளைப் பயன்படுத்திச் சாகடித்துச் சக்கையை வெள்ளத்திலே வீசியெறிந்திருக்கும்!'...'நகை நிறையப் போட்டிருந்திருப்பா. கொள்ளைக்காரப் பயல்கள்தான்

இந்தப் பக்கத்திலே நாலணா, எட்டணாவுக்குக் கூடக் கொலை பண்றாங்களே. அவங்களுக்குக் காசு தான் பெருசு; மனுச உசுரு அல்பமாத்தான் படுது'. இப்படிப் பேசுபவர்கள் பலரகம் அந்த வட்டாரத்திலே ஒலித்தன.

பிரேதப் பரிசோதனை செய்த நிபுனர்களால் எதையும் திட்டமாகச் சொல்ல முடியவில்லை. அந்தப் பெண் தானகவே செத்திருக்கலாம்; கொலை செய்யப்பட்டிருப்பதும் சாத்தியமே; எப்படியோ ரத்தமிழந்து அதனால் மரணமடைந்திருக்க வேண்டும்; இறந்து நாலைந்து தினங்களிருக்கும்; தண்ணீரில் மூன்று தினங்கள் கிடந்திருப்பதாகத் தோன்றுகிறது – இப்படி முடிவு செய்தார்கள் அந்த அறிவாளிகள். இந்தத் தீர்ப்பு 'ரத்தக் காட்டேறி'க் கட்சியினருக்கு ஒரு சாட்சியாக வந்து சேர்ந்தது. 'கேட்டீர்களா, நாங்கள் என்ன சொன்னோம் !' என்று பெருமையடித்துக் கொண்டார்கள் அவர்கள். காட்டேறிதான் இப்படி சத்தத்தை ஒரே உறிஞ்சாக உறிஞ்சித் தீர்த்துவிடும்' என்றார்கள்.

இந்தச் சம்பவம் பற்றிய பரபரப்பும் ஒடுங்கிவிடத் தான் செய்தது. புதிர் விடுபடவில்லை. எதனாலோ மரணமடைந்து விட்ட ஏதோ ஒரு அநாதைப் பிரேதம் அது என்ற அபிப்பிராயம் தான் நிலைத்து நின்றது.

3

அந்த ஊர்ப் பள்ளிக்கூடத்தின் ஆண்டு விழா எல்லோருக்குமே விசேஷமான திருவிழா. மாணவ மாணவிகளுக்குப் பரிசுகள் கிடைக்கும்; போட்டிப் பந்தயங்களினால் உற்சாகம் கிட்டும். ஊர் மக்களுக்கு அவற்றையெல்லாம் கண்டு களிப்பதில் தனி மகிழ்ச்சி.

இரவில் மாணவர்களும் மாணவிகளும் பங்கெடுத்துக் கொள்ளும் நாடகமும் நடைபெறுவது வழக்கம்.

அவ் வருஷத்திய விழா ஏனைய ஆண்டு விழாக்களை விட முக்கியத்துவம் பெற்ற விட்டது. ஆரம்பமே அதிவிசேஷமானதுதான். பங்களாவின் பெரிய மனிதர் பள்ளிக்கூடத்தின் வளர்ச்சியைக் கருதிப் பத்தாயிர ரூபாய் நன்கொடை அளித்திருந்தார். அவர் வள்ளல் தனத்தைப் பாராட்டும் விழாவாகவும் அது அமைந்தது.

வீட்டிற்குள்ளேயே அடைந்து கிடக்கும் பெரிய மனிதரை — திடீரென்று பணத்தை அள்ளிக் கொடுக்கும் வள்ளலை — காண வேண்டும் என்ற ஆசை ஊரருக்கு இருப்பது இயல்புதானே ஆகவே திரண்டு வந்தார்கள் விழா நடைபெறும் இடத்திற்கு.

பங்களாவாசி ஜனங்களை ஏமாற்றவில்லை. பாலிஷ் குன்றாத வனப்புக் கார் ஒன்றிலே வந்து இறங்கினார். பள்ளிக்கூட நிர்வாகிகள் அவருக்கு ஏகப்பட்ட மரியாதைகள் காட்டினர். எல்லோவது கண்களும் அவர் மீதே மொய்த்தன.

சாதாரணத் தோற்றமுள்ள மனிதர். கொஞ்சம் கிழடு தட்டியிருந்தது. நாற்பத்தைந்திலிருந்து ஐம்பதுக்குள் எதோ ஒரு வயது என்று மதிக்கலாம். ஸுட்டும் ஹாட்டும் அணிந்து நாகரிகமாகத்தான் விளங்கினர். தொப்பியைத் தலையிலிருந்து நீக்கியதும், 'க்ளோஸ் கட் க்ராப்' பெற்றிருந்த மண்டையில் வெள்ளே மயிர் காட்சி தந்தது. அவரிடம் அசாதாரணமாக ஏதாவது இருந்ததா என்றால், அவரது கோட்டில் செருகியிருந்த சிவப்புப் பூவைத் தான் குறிப்பிட வேண்டும்.

செக்கச் சிவந்த புஷ்பம் அது. அவர்மீது பார்வை எறிகிறவர்கள் கண்களைக் கவர்ந்திழுக்கும் சிவப்புப் பூ. வெள்ளைத் துணி மீது சிதறிக் கிடக்கும் ரத்தம் போல— அல்லது, நன்கு வெள்ளையடித்த சுவரிலே அலட்சியமாகத் துப்பிய வெற்றலை எச்சில் மாதிரி— கண்களை உறுத்தும் தன்மை இருந்தது அதில், திடீரென்று பிரேக் போட்டால் சில பிளஷர் கார்களின் பின்புறத்திலே செக்கச் சிவந்த 'டேஞ்சர் லைட்டு'கள் தனி வனப்புடன் பளிச்சிடுகின்றனவே, அத்தகைய ஒளிக் கவர்ச்சி மிளிர்ந்தது.

அந்தப் பூவிலே. அடுக்கடுக்காய்த் தனி எழிலுடன் திகழ்ந்த அந்தப் பூவை ஒரு தரம் பார்த்தால் வைத்த கண் வாங்காது பார்த்து நிற்கும் ஆசை எழும். கூர்ந்த கவனித்தாலோ கண்களை உறுத்தும். அதை பார்க்க கூடாது என்று வெறுத்துத் திரும்பினால், மீண்டும் மீண்டும் கண்கள் அதன் மீதே தாவிச் சுழலும். ஏதோ வசிய சக்தியிருந்தது அம்மலரிலே. ரத்தம் சிந்திப் பெருகுவது வெறுப்பு, பயம், அருவருப்பு, ஆச்சர்யம், வேடிக்கை பார்க்கும் எண்ணம் போன்ற விதவித

உணர்ச்சிகளைக் கிளறி விடுவது போலவே, அந்தச் சிவப்புப் பூவும் மனித உள்ளங்களைப் பாடாய்ப் படுத்தியது. அதை ஒரு தரம் கண்டவர்கள் என்றுமே மறக்க முடியாது. ஆகையினால் அதை மிடுக்காகச் சூடியிருந்த அந்த மனிதரையும் அவர்கள் மறக்க முடியாது.

"இவர் நல்ல மனிதராகத்தான் தோன்றுகிறார். இல்லையெனில், பொரியரிசி மாதிரிப் பத்தாயிரம் ரூபாயை அள்ளிக் கொடுக்க மனசு வருமா?" என்றுதான் எல்லோரும் எண்ணினார்கள். அவர் அந்த ஊருக்கு வந்த புதிதில் அவரைப் பத்தி இஷ்டம் போல் வம்பளந்ததற்காக மனமாற வருந்திய நல்ல மனிதர்கள் சிலரும் இல்லாமல் போகவில்லை அந்தக் கூட்டத்திலே.

அவர் பெயர் ருத்ரமூர்த்தி என்ற உண்மை பரவி எல்லோருக்கும் தெரிந்து விட்டது. 'நல்ல மனிதருக்கு இப்படி ஒரு பெயரை வைத்திருக்க வேண்டியதில்லை. அவரைப் பெற்றெடுத்த பாக்கியவான்கள்' என்று குறைப்பட்டனர் சிலர். இவருக்கு ஏன் தான் டேஞ்சர் லைட் மாதிரிப் பளிச்சிடுகிற சிவப்புப் பூவிலே மோகம் விழுந்ததோ தெரியவில்லை என்று அங்கலாய்த்தார்கள் சிலர்.

உலகம் பலவிதம்! அந்த உலகத்தையே அலட்சியமாக மதிப்பவர் போல நடந்து கொண்டார் அவர். என்றாலும், விழா நிகழ்ச்சிகளின் இறுதிக் கட்டம் வரை பொறுமையுடனிருந்தார் அவர். நாடகத்தைக் கூடக் கண்டு மகிழ்ந்தார். அதில கதாநாயகியாக பிடித்த குமாரி பவானிக்கு அவரே தங்கப் பதக்கம் ஒன்று பரிசளித்து,

அவளது திறமையை வெகுவாகப் பாராட்டிப் பேசினார். எல்லோரிடமும் விடைபெற்றுக் கொண்டு தமது காரிலேறிப் போய்ச் சேர்ந்தார் அவர்.

4

'ரெண்டுங்கெட்டான்புரம்' அதிவிசேஷ அற்புதப் பரபரப்புச் சம்பவங்கள் நிகழும் அரங்கமாகி விட்டதாகத் தெரிய வந்தது. மிகக் குறுகிய காலத்திலே அதற்கு அந்தச் சிறப்பு வந்து சேர்ந்தது. ஆனால், அந்த ஊரிலுள்ள அப்பாவி ஜனங்கள் அதற்காகப் பெருமைப்படவில்லை. அர்த்தமற்ற கலவரத்தையே வளர்த்தார்கள். காரணத்தைக் கண்டுபிடிக்கும் வகை தெரியாது திகைத்தனால் அவர்களது கலக்கம் அதிகமாயிற்றே தவிரக் குறையவில்லை.

அவ்வூரில் சிறப்பாகத் திகழ்ந்த பள்ளிக்கூட ஆண்டு விழாவின் இரவிலே, நாடகத்தில் நடித்து புகழ் பெற்ற மாணவி குமாரி பவானி பள்ளிக்கூடத்தை விட்டுக் கிளம்பியவள் வீடு போய்ச் சேரவேயில்லை.

'இப்ப வருவாள்; இதோ வந்து விடுவாள்; வாரமலா போவாள்' என்று தெரு வாசலையும் வீட்டுக் கடியாரத்தையும் மாறிமாறிப் பார்த்துக் கொண்டிருந்த பெற்றோர்களுக்கு 'பக்குப் பக்கென்று' தானிருந்தது. இரவிலே மணி பன்னிரண்டரையாகியும் பதினாறு வயது மகள் வீடு வந்து சேரவில்லை யென்றால் அவர்களது உள்ள நிலை வேறு எப்படியிருக்கும்!

பொறுமையிழந்த அவர்கள் அங்குமிங்கும் ஆட்களை அனுப்பினார்கள். தந்தையும் தாயும் பவானியின் நெருங்கிய சிநேகிதிகளின் வீடுகளுக்குப் போய் விசாரித்தார்கள். பலனில்லை.

'பவானி இன்னும் வரலே? அவதான் நாடகம் முடிந்த உடனேயே வீட்டுக்குக் கிளம்பிவிட்டாளே.. பெரிய தெருவைத் தான்டி அவள் திரும்பியதைக் கூடப் பார்த்தேனே' என்றெல்லாம் பலரும் சொன்னார்களே தவிர கடைசியாக அவளை எங்கே யார் பார்த்தது என்று திட்டமாகக் கூறுவாரில்லை.

சில வெடிவால்கள் மட்டும் 'குட்டி எவன் கூடவாவது போயிருப்பாள். விடியட்டுமே, அப்ப வீடு போய்ச் சேர்ந்தால் போதாதா என்று எண்ணியிருப்பாள்' என்று தங்களுக்குள் விஷப் பேச்சு உதிர்த்துச் சிரித்தார்கள்.

விடிந்த பிறகுக் கூட குமாரி பவானி வந்து சேரவில்லை; அவளைப் பற்றிய செய்தியும் கிடைக்கவில்லை என்றதும் தான் அந்த ஊர் 'ஆங், அப்படியா சமாச்சாரம் ?' என்று நிமிர்த்து உட்கார்ந்தது. வழக்கம் போல் பலரும் பலவிதமாகப் பேச்சு ஒலிபரப்பினர்கள்.

இரண்டாவது நாள் அந்திக் கருக்கலில் குமாரி பவானி கண்டெடுக்கப் பட்டாள்.

ஆமாம்; கண்டுதான் எடுத்தார்கள் அவளை! பள்ளிக் கூடத்தின் தோட்டத்திலே சில செடிகளிடையே கிடந்தது அவள் உடல். தக்காளிப் பழம் போல் ஜம்மென மின்னிய தேகம் வெளுத்துக் கிடந்தது. உயிர் ஊசலாடிக் கொண்டிருந்தது. கண்கள் எதையோ கண்டு பயந்து மிரண்டது போல் நிலைகுத்தி நின்றன. உதடுகள் சற்றே பிரிந்து வெளிறிப்போய்க் காட்சியளித்தன. ரத்தம் இழந்து கிடந்தாள் அவள்.

இந்நிலை அவளுக்கு ஏற்படுவானேன்? அவள் திடீரென்று மறைந்த மாயம் என்ன? அவள் பதுங்கி யிருந்த மர்மம் யாது? அவளை யார் என்ன செய்து இக்கதிக்கு ஆளாக்கினார்கள்? -- எவரெவரோ என்னென்னவோ கேட்டார்கள். பதில் யார் சொல்வது!'

குமாரி சவம் போல் கிடந்தாள்.

அந்த ஊரின் பிரபல டாக்டர் பரிசோதித்து, அவள் தேகத்தில் ரத்தக் குறைவு ஏற்பட்டுள்ளது; புது ரத்தம் உடனே செலுத்தப்பட வேண்டும் என்று சொன்னார். அவ்விதம் செய்தாலும், அவன் பிழைப்பாளா மாட்டாளா என்று தன்னால் உறுதி கூற முடியாது என்றும் கையை விரித்தார்.

ஆயினும் சிகிச்சை ஆரம்பமாயிற்று.

'எல்லாம். அந்த ரத்தக் காட்டேறியின் வேலை தான்' என்று சொன்னார்கள் ஆதியிலிருந்தே அவ் எண்ணத்தை வளர்த்தவர்கள்.

5

குமாரி. பவானி பிழைத்து விடுவாள். என்ற நம்பிக்கை பிறந்தது. பலருக்கும். சில தினங்களுக்குள்ளேயே அவள் உடலின் தெம்பு வரத் தொடங்கியது. ஆயினும் அவள் அறிவிலே தெளிவு பிறக்கவில்லை. தெளிவற்று புகை போல் நெளிந்து திரிந்த நினைவுகளை பிடித்திழுத்து ஒருமுனைப் படுத்தி 'இதுதான் நடந்தது; இன்னார் தான் காரணம்' என்று சொல்லும் சக்தி அவளுக்கு வரவேயில்லை.

அர்த்தமில்லாமல், தொடர்பேயில்லாமல், 'மோட்டார்... சத்தம், ரத்தம்... பயமாயிருக்கே? என்று அடிக்கடி முனகிக் கொண்டு கிடந்தாள் அவள். தூக்கத்தில் பேய்க் கனவு கண்டு அலறியடித்து ஓலமிடுகிறவள் போல் 'ஐயோ, அம்மா, நான் வீட்டுக்குப் போகணுமே; என்னை விடுங்க!' என்று கத்தினாள். விழித்துக் கொண்டதும் விசாரித்தால் மிரள மிரள விழித்தாள் அவர்ள்.

யாருக்கும் எதுவும் புலனாகவில்லை. 'புள்ளெ எதையோ கண்டு பயந்திருக்கு. பிசாசு குத்தம்தான்' என்று பெரியவர்கள் விமர்சித்தார்கள்.

சில வாரங்கள் ஓடின. மீண்டும் ஊரை உலுக்கியெடுத்து விட்டது ஒரு நிகழ்ச்சி.

'ரெண்டுங்கெட்டான் புரம் ரம்பை' என்று பெயர் பெற்றிருந்த தேவகியம்மா அந்த ஊரையொட்டிச் செல்லும் ரயில் தண்டவாளத்தருகே உள்ள கற்றாளைப்

புதர் ஒன்றிலே பிணமாகக் கிடந்தாள்; அங்கு கழுகுகள் வட்டமிட்டதைக் கண்டு ஆராய்ச்சி நடத்தவும் அவள் உடல் கண்டெடுக்கப் பட்டது. போலீசார் புலன் விசாரித்து வருகிறார்கள். இந்த செய்தி பரப்பரப்பு உண்டாக்காதா என்ன?.

தேவகியம்மா மலையாளத்திலிருந்து இறக்குமதியான சரக்கு. பகலில் அவள் தொழிலால் மருத்துவச்சி. இரவிலில் சுலபமாக பணம் பண்ண உதவும் 'தொழில்'!. ஆனால் அதில் கௌரவமும் அந்தஸ்தும் அவளுக்கு அதிகம்.

குளுமையான இள வர்ணங்களில் திகழும்—ப்ளெயின் லைட் கலர்—ஸாரிதான் அவள் உடுத்துவாள். வயலட், ஸ்கை புளு, பழுப்பு, பொன்னிறம் என்று அழகழகான வர்ணப் புடவைகள் தேர்ந்து வைத்திருந்தாள். நாளுக்கொரு தினுசும், வேளைக்கொரு ஸ்டைலுமாக காட்சி தரும் கட்டழகி அவள். அநாவசியப் பூச்சுமானங்களையும், நகைச்சுவைகளையும் நம்பி வாழவில்லை அவள். மெல்லிய தங்கச் சங்கிலி ஒன்றுதான் அவள் கழுத்தை அலங்கரித்துக் கிடந்தது. சதா அவள் கூந்தலில் மலர் குடியிருக்கும். அது மல்லிகைப் பூவாகவுமிருக்கலாம்; இரண்டு இலைகளுடன் அருமையாக விளங்கும் ஒரே ஒரு ரோஜாவாக வுமிருக்கலாம். பச்சை மஞ்சளை முறித்துப் பார்த்தால் பளிச்சிடுவது போல் மின்னும் பொன்னவிர் மேனி அவளுக்கு. மண்ணிலிருந்து தோண்டி யெடுத்த, நன்கு விளைச்சலுற்ற, சீனிக் கிழக்கு மாதிரிக் கட்டுமஸ்தான தேகம் அவளுடையது. ‘தேவகியம்மாவின் சருமத்து மினுமினுப்பு தேங்காயெண்ணெய் தந்த வரப் பிரசாதம். அவள் சதைப் பற்றும் பளபளப்பும் பாதாம்

அல்வாவினாலும் பசும் பாலினாலும் ஏற்பட்டவை' என்று சில வீணர்கள் மதிப்புரை அருளுவது வழக்கம்.

அவ்வூரின் எண்ணற்ற கண்களுக்கு இன்பமளித்தவள் அவள். ஒரு சிலருக்கு மகிழ்வையும் வாழ்க்கைப் பயனையும் விருந்தாகப் படைத்த இன்ப எழிலரசி. அவள் கற்றாளைப் புதரிலே அநாதை மாதிரிச் செத்துக் கிடப்பாள் என்று எந்தப் பிராணியும் எண்ணியிருக்க முடியாது. ஆனால் அவள் வாழ்க்கை அப்படித்தான் முடிந்தது. காரணம் என்ன?

அது மகத்தான ரகசியமாக — விடுபட முடியாத புதிராகத்தான் இருந்தது. அது கொலைதான் என்று நம்பினார்கள். ஆனால் யார் கொலை செய்தது; எங்கு எப்படி அவள் கொலை செய்யப்பட்டாள்? இவை போன்ற பல கேள்விகளுக்கு விடை காட்டக் கூடிய தடயங்கள் ஒன்றிரெண்டு கூடத் தென்படவில்லை. போலீசார் வழக்கம் போல் 'புலன் விசாரித்து'க் கொண்டு தானிருந்தார்கள்.

விஷமோ, கோரக் கருவிகளோ அவள் உடலைப் பாதிக்கவில்லை. அளவுக்கு அதிகமான ரத்தம் தேவகியின் உடலிலிருந்து வெளியேறியுள்ளது. பலாத்காரமாகக் காயப்படுத்தி ரத்தம் சிந்தியதாகச் சொல்வதற்கு அவள் உடலில் சாட்சியம் இல்லவே யில்லை. அவள் உடல் வெளுத்திருந்தது. ரத்தம் எப்படி வெளியேற்றப் பட்டது என்று கூற முடியவில்லை என்று அறிவித்தார்கள் பிரேதப் பரிசோதனை செய்தவர்கள். 'நாங்கள் என்ன சொன்னோம்! ரத்தக் காட்டேறி தான் இப்படிச் செய்திருக்கும். அதற்குத்தான் இந்தச் சக்தி

உண்டு' என்று கொக்கரித்தது ஒரு கும்பல். அந்தப் பேச்சை யாரும் மறுக்கத் துணியவில்லை அவ்வூரிலே. நாணல் காட்டில் பதுக்கப்பட்டு ஆற்று வெள்ளத்தினால் அம்பலமான பிரேதம்; சவம் போல் எறியப்பட்டிருந்த குமாரி பவானியின் நிலை; தேவகியம்மாவின் கொலை – இம் மூன்றுக்கும் மூலவர் ஒரே நபராக, அல்லது ஒரே கோஷ்டியினராக, இருக்க வேண்டும் என்று யூகிப்பதில் அங்குள்ளவர்களுக்குச் சிரமமோ வருத்தமோ தோன்றவில்லை. அத்தகையக் கொலை சக்தி – அது தனி நபராகயிருந்தாலும், கயமைக் கும்பலாக இருந்தாலும் – எது, அதன் பாசறை எது என்ற கேள்விகள் தலை தூக்காமலா போகும் ?

இருளடைந்து கிடந்து திடீரென்று புதுப்பிக்கப்பட்ட பங்களா மீது பலரது சந்தேக நிழல் கவியத் தொடங்கியது. அந்த பங்களாவில் உயிர்ப்பு உலவத் தொடங்கியதற்குப் பிறகுதான் ரெண்டுங்கெட்டான் புரத்திலே இரண்டு உயிர்கள் ஒடுங்கி விட்டன; குமாரி பவானியின் உயிர் ஊசலாடிக் கொண்டிருக்கிறது என்று துரித முடிச்சுகள் போட்டு மகிழ்ந்தார்கள் அவர்கள். 'ஊசு ஆசு' என்று பக்கம் பார்த்துக் காதோடு காதாகப் பேசிக் கலக்கமடைந்தார்களே தவிர, தங்கள் எண்ணத்தை வெளிப்படையாகச் சொல்ல அவர்கள் துணியவில்லை.

பங்களாப் பெரிய மனிதர் நல்லவர்; தாராள மனம் படைத்த வள்ளல், அள்ளிக் கொடுக்கும் லட்சாதிபதி என்றெல்லாம் கருத்துக்கள் நிலைத்து விட்டபோது, அவரைப் பற்றி அவதூறு பேசும் துணிச்சல் அங்குள்ளவர்களுக்கு ஏற்படவில்லைதான். மர்மமாக ரத்தமிழந்து மாயமாகச் செத்தவர்களின் எண்ணிக்கை கூடிக் கொண்டிருந்தது. ரெ. புரத்து வாசிகள்

பலியாகவில்லை யென்றாலும், அவ்வூரைச் சுற்றியுள்ள ஊர்களில் திடீரென்று எவளாவது காணாமல் போவதும், இரண்டு நாட்களுக்குப் பிறகு அவள் உடல் கள்ளிப் புதரிலோ, பாழுங் கிணற்றிலோ, ஏதாவதொரு தோட்டத்திலோ கிடந்து அகப்படுவதும் சகஜமாகி விட்டது. இப்படிச் செத்தவர்களின் தொகை ஏழு ஆகிவிட்டது. சாகாமல் படுக்கையில் கிடந்த குமாரி பவானியையும் சேர்த்தால், இன்னது என்று அறிய முடியாதிருந்த அசுர சக்திக்குப் பலியான பெண் ஜீவன்கள் எட்டு என்றே கணக்கெழுத வேண்டும்.

ஆகவே சுற்று வட்டாரம் நெடுகிலும் பீதியும் பயமும் கோரநர்த்தனம் புரிந்தன. பேய்க் கதைகள் சூறையாய் சுழன்றன. மர்மக் கொலைகாரர்கள் பற்றிய அளப்புகள் வளர்ந்தன. மொத்தத்தில், அமைதியிழந்து அவதியுற்றார்கள் அந்தப் பிராந்திய மக்கள்.

போலீஸார் தீவிரமாகச் சோதனைகளில் ஈடுபட்டார்கள். யார் யாரையோ சந்தேகித்தார்கள். ‘எங்களுக்கு இதிலெல்லாம் நம்பிக்கையில்லை ; இருந்தாலும் பார்த்து வைக்கலாமே !’ என்று சொல்லி, மந்திரவாதி செல்லம் பண்டிதரைக் கூப்பிட்டு ‘மை போட்டு’ப் பார்த்தார்கள். பலன்தான் ஏற்படவில்லை.

கடைசியாக அவர்களது நம்பிக்கையின் ஒரே பற்றுக் கோடாகக் குமாரி பவானிதான் விளங்கினாள். எப்படியும் அவளைக் குணப்படுத்தி, அவள் மூலம் ஏதாவது அறிய முடியுமா என்று ஆசைப்பட்டார்கள் அவர்கள்.

6

சில மாதங்களாக அவ்வட்டாரத்தில் நிகழ்ந்த சம்பவங்கைளப் பற்றிப் பலர் பலவிதமாகப் பேசிக் கொண்டாலும், எல்லோரும் உணரத் தவறாத விசித்திர ஒற்றுமைகள் சில இருந்தன.

அதுவரை ரத்த பலிக்கு இலக்கான எட்டுப் பேர்களும் பெண்கள். குறிப்பிடத்தக்க அழகு பெற்றவர்கள். இளமை மிடுக்கும், ரத்த புஷ்டியும், ஆரோக்கியத் தோற்றமும் பெற்றிருந்த ‘டொமெட்டோ பிராண்டு’ உருப்படிகள் அவர்கள்.

ஆகவே, இந்நிழ்ச்சிகளின் அடிப்படைக் காரணங்கள் பல இருக்கலாம் என்று எண்ணினார்கள் ஜனங்கள். காமவெறி பிடித்த கயவர்களின் வேலையாகத்தானிருக்கும் என்று நினைத்தார்கள். அப்படியிருந்தாலும் எல்லாப் பெண்களும் ரத்தமிழந்து உயிரைப் பறிகொடுக்க வேண்டிய அவசியம் தானென்ன என்ற சந்தேகமும் அவர்களுக்கு எழுந்தது. அவர்கள் மனதைச் சமாதானப்படுத்திக் கொள்வதற்காக உதிர்த்த அபிப்பிராயம் இதுதான்: ‘எல்லாம் ஒரே குழப்பமாக இருக்கிறது! அவ்வளவுதான்.’ அவர்களது குழப்பமும் திகைப்பும் அதிகரித்தன குமாரி பவானி ஒலிபரப்பிய உண்மைகளை அறிந்ததும். குமாரி பிழைத்து விட்டாள். வைத்திய சாதனங்கள் மிக முன்னேறி விட்ட இந்தக் காலத்திலே பவானி பிழைத்தது பெரிய அதிசயமல்ல. அவள் எண்ணத் தெளிவு பெற்று அறிவித்தவையே பெரும் அதிசயங்களாக விளங்கின.

அவள் சொன்னாள் :

“பள்ளிக்கூட விழா முடிந்து நானும் என் சிநேகிதிகளும் உல்லாசமாகப் பேசிக்கொண்டே நடந்து வந்தோமா? மற்றவர்கள் வேறு பாதையாகப் பிரிய நேர்ந்ததும் நான் பெரிய தெரு முனையைத் தாண்டித் திரும்பினேன். கொஞ்ச நேரம்தான் நடந்திருப்பேன். ஏதோ உற்சாக நினைவோடு என்னை மறந்த நிலையிலே நடத்திருப்பேன் போலிருக்கிறது. என் பின்னால் ஒரு கார் வந்து சடக்கென பிரேக் போட்டு நின்றதும் தான் எனக்கு விழிப்பு வந்தது. அடடா, ரோட்டிலே கார் வருவது கூடத் தெரியாமல் – நான் எண்ணி முடிக்கவில்லை. என் தேகமும் உள்ளமும் உதறலெடுத்து நடுங்கின. ஒரு இம்மி தவறியிருந்தால் என் கதி என்னாகியிருக்கும் என்ற அதிர்ச்சி என்னை ஆட்டியது... இப்போது எண்ணிப் பார்க்கையில், வேணுமென்றே அந்தக் கார் மெதுவாக வந்து என்னே மோதுவது போல் நின்றிருக்குமோ என்று நினைக்கத் தோன்றுகிறது. அப்படித் தானிருக்க வேண்டும். திட்டமிட்டுச் செய்த காரியம்தான் அது. ஆமாம்... எனக்கோ பயமானால் பயம் இப்படி அப்படி என்று சொல்ல முடியாது. அந்தக் காரிலிருந்து இறங்கிய ஆளைக் கண்டதும் எனக்குக் கொஞ்சம் தெம்பு பிறந்தது. அது அவர்தான் – நம்ம பள்ளிக்கூடத்திற்குப் பத்தாயிரம் ரூபாய் கொடுத்துவிட்டு, விழாவிற்கு வந்திருந்து என்னை ரொம்பவும் பாராட்டினாரே, அவர்தான். ஆமாம். ஊரடி பங்களாவின் சொந்தக்காரர்தான்.

அவர் அன்பாகப் பேசினார், இப்படியாம்மா ரோட்டில் நடப்பது ; கார் உன்னைத் தள்ளிக் கொன்றிருக்குமே என்றெல்லாம் சொன்னார். எவ்வளவு நல்ல மனிதர் என்று நினைத்தேன். காரிலே ஏறிக்கொள் பவானி;

வீட்டில் கொண்டு போய் விடுகிறேன் என்றார். என் தேகத்தின் உதறல் தணியவில்லை. அந்தத் தெருக் கோடியில்தான் வீடு இருந்தது. என்றாலும் என்னால் அவ்வளவு தூரம் நடப்பது கூடச் சிரமமாகயிருக்கும் என்றே அந்நேரத்தில் தோன்றியது. அதனால் அவர் காரில் எறி உட்கார்ந்தேன். பின் ஸீட்டில்தான். அவரும் பின் ஸீட்டில்தான் அமர்ந்தார். கார் புறப்பட்டதும், அவர் கைக்குட்டையை எடுத்து விளையாட்டாகச் சுற்றுவது போல் சுழற்றிக் கொண்டிருந்தார்.

எனக்குத் தூக்கம் கண்ணைக் கவ்வுவது போலிருந்தது. எதோ ஒரு வாசனை அலை அலையாக வந்து நாசியைத் தாக்கி என்னை உணர்விழக்க வைத்தது என்றே நினைக்கிறேன். அப்பொழுது அந்த நெடி அவர் கோட்டில் குத்தியிருந்த சிவப்புப் பூவிலிருந்து வருவதாகத்தான் நினைத்தேன். இப்பொழுது, அவர் கைக்குட்டையில் மயக்க மருந்து தெளித்திருப்பாரோ என்ற சந்தேகம் எனக்கு.

கொஞ்ச நேரம் எனக்கு எதுவுமே புரியவில்லை. நான் கண்ணைத் திறந்து கவனித்தபோது எங்கோ புது இடத்தில் இருப்பதை அறிந்தேன். என் பயம் அதிகமாயிற்று. நான் ஒரு சோபாவில் சாய்ந்து கிடந்தேன். மிக விசாலமான அறை அது. ஆனால் அறை முழுவதையும் ஒளியுறுத்தப் போதுமான விளக்குகள் எரியவில்லை. மெழுகுவர்த்திகள் எரிந்து ஒளி கக்கும் ஷேட் லைட்டுகள் சில இருந்தன. அறை நடுவே ஒரு மேஜையிருந்தது. பெரிய வட்ட மேஜை, அதற்கு நேர் உயரே அழகான பூ வேலைப்பாடுகள் நிறைந்த சரவிளக்கு ஒன்று தொங்கியது. கண்ணாடித் தொங்கட்டான்கள் நிறைந்து, பெரிய ஊமத்தம்

பூக்கள்போல் கண்ணாடிக் கிண்ணங்கள் கிளைகிளையாய் மலிந்திருக்க, ஒவ்வொன்றினுள்ளும் ஒரு மெழுகுவர்த்தி எரியுமே, அந்த விளக்குதான். அதில் பல கிண்ணங்களில் மெழுகுதிரி எரிந்து கொண்டிருந்தது. எல்லாக் கிண்ணங்களும் ஒரே சிவப்பு நிறமாகயிருந்தன. அதில் தொங்கிய குண்டுகளும் நீண்ட கண்ணாடிப் பட்டைகளும் கூடச் சிவப்பாகத்தானிருந்தன. அந்தச் சரவிளக்கு உபயோகப் பொருள் என்பதைவிட, அலங்காரப் பாத்திரம் என்ற தன்மையில்தான் அதிகமாகப் பயன்பட்டதாக எனக்குத் தோன்றியது.

மேஜை மீது ஒரு கண்ணாடிக் கூஜாயிருந்தது. அதன் நிறமே சிவப்பா, அல்லது அதில் ஊற்றப்பட்டிருந்த நீரில் சிவப்புக் சாயம் கலக்கப்பட்டிருந்ததா என்று என்னால் தீர்மானிக்க முடியவில்லை. அதில் மூன்று புஷ்பங்களிருந்தன. அவர் கோட்டில் சொருகியிருந்தாரே அதே மாதிரி, ஆனால் அதைவிட மிகவும் பெரிதாக யிருந்தன மூன்று பூக்கள். ரத்தத்தில் தோய்த்தெடுத்த கடற்பஞ்சு மாதிரிப் பட்டது. முதலில். பிறகு கவனிக்கக் கவனிக்க வெறிக் கவர்ச்சி தரும் தன்மை பெற்றிருப்பதாகத் தோன்றியது. அந்த அறையில் இன்னும் என்னென்னவோ இருந்தன. எனக்குக் கவனிக்கும் அவா இல்லை. என் உள்ளம் பதைத்தது. வீட்டுக்குப் போக வேண்டுமே என்ற துடிப்பு ஏற்பட்டது.

அவர் சிரித்துக் கொண்டே வந்தார். 'என்னை இங்கே ஏன் கொண்டு வந்தீர்கள், எங்கள் வீட்டிற்குக் கூட்டிப் போகாமல்? வீட்டில் எல்லோரும் தேடுவார்களே' என்றேன்.

'அதிர்ச்சியினால் மூர்ச்சை போட்டுக் கிடந்தாய் அதைத் தெளிவித்து......'

'அதற்கு என்னை இங்கே கொண்டு வருவானேன்? எங்கள் விட்டில் சேர்த்திருந்தால்...'

அவர் சிரித்தார். 'உங்க வீடு எப்படியம்மா தெரியும் ? பயப்படாதே பவானி, உன்னைப் பத்திரமாகக் கொண்டு போய்ச் சேர்க்கிறேன்' என்றார். அவர் குரலில் எவ்வளவு குழைவிருந்தது. நயவஞ்சகப் பாம்பு !

எனக்குச் சிறிது அமைதி பிறந்தது. 'இது என்ன பூ ! இவ்வளவு சிவப்பான பூவை நான் இன்றுவரை பார்த்ததே யில்லை, ரத்தக் கட்டிகள் மாதிரி...? என்று நான் பேச்செடுத்ததும் அவர் சிரித்தார்.

'ரத்த புஷ்பம்தான் அதன் பெயர் !' என்று கூறிவிட்டுச் சிரித்தார். அவர் சிரிப்பு என்னை என்னவோ பண்ணியது. என்ன சொல்வது என்று தெரியாமல் நான் உட்கார்ந்திருந்தேன். அவரே பேசினார். 'பவானி, இதற்கு இயற்கையாகவே இந்த நிறம் இருக்கவில்லை. எனது ஆராய்ச்சி தந்த செல்வம் அது. அதில் எவ்வளவு மோகன சக்தியிருக்கிறது. எத்தகைய செந்நிறம் அதற்கு ! இதற்காக நான் எவ்வளவோ ஆராய்ச்சிகள் நடத்தினேன். சில செடிகளைப் பிரித்து, தனியாக வளர்த்து, அவற்றின் விதைகளைப் பக்குவப்படுத்தி மறுபடி புதிய செடி வளரச் செய்து அரும்பாடு படுகிறேன். ஆகார வகைகளுக்குத் தக்கபடி மனித குணங்கள், உருவ அமைப்பு முதலியன மாறுகின்றன. உரம், கொடுக்கப்படுகிற போஷாக்குச் சக்திகளுக்கு

ஏற்பத்தானே செடிகள் பலன் தரும்? செயற்கை முறைகளினால் தாவர வர்க்கங்களில் எவ்வளவோ அற்புதங்கள் சாதிக்க வில்லையா ஆராய்ச்சியாளர்கள்? பவானி, நீ என்ன நினைக்கிறாய் ?அழகிகளின் ரத்தத்தை ஊற்றியே வளர்த்தால், ஒரு செடியின் பூ தனித் தன்மை பெறாதா ? ரத்தச் செந்நிறமும், மோவைத் தோற்றமும், அழகிகளின் காந்த சக்தியும் பெற்று விடுமல்லவா அச் செடியின் புஷ்பம்? ...'

இரவின் ஆழம் போன்ற அந்தவிடம், இருளின் வலிமையைக் காட்ட உதவிய விளக்குகள் நிறைந்த அறை, அந்த மனிதர், அவர் கண்களில் சுடரிட்ட ஒளி, அவரது சிரிப்பு, ரத்தக் கட்டிகள் போல் முன்னாலிருந்த பூக்கள் எல்லாம் சேர்த்து எனக்கு ஒரே காபுராவை உண்டாக்கின. "ஐயோ, நான் வீட்டுக்கு போகணுமே! அம்மா, அடி அம்மா !" என்று கத்தினேன்.

'என்ன பெண் நீ, பவானி! ஏன் இப்படிப் பச்சைக் குழந்தை மாதிரி அலறியடிக்கிறாய்? இதோ நானே உன்னைக் கொண்டு போய் விடுகிறேன் முதலில் இதைச் சாப்பிடு. உடம்புக்கு நல்லது. உள்ளத்திற்கும் இதமாக இருக்கும்' என்று சொல்லி ஒரு வகை குளிர் பானம் கொடுத்தார். வாசனை எல்லாம் கலந்து இனிய பாதாம்கீர் மாதிரியிருந்தது. நான் அவரை நம்பினேன். அதனால் அவர்மீது எனக்குச் சந்தேகமே ஏற்படவில்லை. அதை முழுதும் குடித்துவிட்டேன். அப்புறம் எனக்கு எதுவுமே தெரியாது. எனக்கு பிரக்ஞையே இல்லை.

எனக்குக் கொஞ்சம் கொஞ்சமாக உணர்வு விழிப்பு ஏற்பட்டபோது நான் இந்த வீட்டில் இருப்பது தெரிந்தது.

அப்பா அம்மா எல்லோரும் நிற்பதை அறிந்தேன். ஒரே பலவீனமும் சோர்வும்தான் நான் புரிய முடிந்தவை. இடைக்காலத்தில் எத்தனையோ நாட்கள் ஓடிவிட்டன என்பதும் தெரிந்தது.

குமாரி பவானியின் இந்த வாக்குமூலத்தைப் பற்றி என்ன கருத்துரை வழங்குவது என்றே தெரியவில்லை மற்றவர்களுக்கு. ஒருவர் முகத்தை ஒருவர் பார்த்தனர்; கண்கள் எவ்வளவோ பேசின; ஆனால் வாய் திறந்து யாரும் சொல்லுதிர்க்கவில்லை.

'விரைவில் தகுந்த நடவடிக்கை எடுக்க வேண்டும்' என்றார் இன்ஸ்பெக்டர். 'ஆமாம், எசமான்' என்று ஆமோதித்தார் ஏட்டய்யா.

என்ன நடவடிக்கையை எப்படி எடுப்பது என்பதுதான் அவர்களுக்கும் புரியவில்லை.

7

'ரெண்டுங்கெட்டான்புர'வாசிகள் தங்கள் சாமர்த்தியத்தில் மட்டுமே நம்பிக்கை கொண்டிருந்தார்களானால் அவர்கள் இந்தச் சன்மத்தில் குற்றவாளியை சரியாகச் சிக்கவைத்திருக்க முடியாது! சந்தர்ப்பம் அவர்களுக்கு நன்கு துணைபுரிந்தது. அதனால்தான், பெரிய மனிதர் மாதிரிப் பம்மாத்துப் பண்ணி வாழ்ந்த ரத்த வெறியனை அவர்கள் 'கையும் களவுமாகப்' பிடிக்க முடிந்தது.

மணலாற்றில் வெள்ளம் புரண்டு வடிந்து சில மாதங்கள் தான் ஆகியிருந்தன. ஆற்றங்கரையில் காடாக வளர்ந்து கிடந்தது தனிரகப் பசுங்கொடி, அதன் நடுவே ஒரு ஆள் நின்றால், அவன் இடுப்புக்கு மேல் பாகம் தான் வெளியே தெரியும், கீழ்ப் பகுதியைக் கொடிப் புதர் விழுங்கி விட்டது போலவே தோன்றும்.

ஒருநாள் இரவு. மூடுபனி எங்கும் கவித்து கிடந்தது. நிலவு மங்கலாக அழுது வழிந்து கொண்டிருந்தது. ஆற்றின் அக்கரையிலுள்ள சிறு கிராமத்தில் எவனோ ஒரு 'கேடிப் புள்ளி' பதுங்கியிருக்கிறான் என அறிந்து, அவனை வேட்டையாடிப் பிடித்து வரப்போன போலீஸ்காரர்களும் ஏட்டய்யாவும் இன்ஸ்பெக்டரும் – மொத்தம் எட்டுப் பேர் மெதுநட நடந்து திரும்பிக் கொண்டிருந்தனர். மணலைக் கடந்து இக்கரை வந்து ஒற்றையடிப் பாதையில் கால் வைத்தபோது ஏதோ சலசலப்பும், 'இன்னும் கொஞ்சம் தள்ளிப் போய் கொண்டு போடலாம்' என்ற மனிதக் குரலும் அவர்கள் கவனத்தைக் கவர்ந்தன.

கூர்ந்து கவனித்த ஏட்டய்யா 'ரெண்டு பேர் சேர்ந்து எதையோ தூக்கிக்கிட்டுப் போறாங்க எசமான்' என்றார், எல்லோரும் மெதுவாக நடந்து நெருங்கினர். செடி தழைகள் காலில் மிதிபடும் ஓசை கேட்டு அந்த இரண்டு பேரும் திரும்பிப் பார்த்தார்கள். கையிலிருந்த சுமையை அங்கேயே போட்டுவிட்டுத் தப்பியோட முயன்றார்கள். ஆனால் பலிக்கவில்லை. இவர்கள் சுற்றி வளைத்து மடக்கி இரண்டு பேரையும் பிடித்து விட்டார்கள். ஒன்று பங்களாவின் பெரிய மனிதான ருத்ரமூர்த்தி தான். மற்றது அவரது கார் டிரைவர்.

கொடிச் சமாதியில் அவர்கள் அடக்கம் செய்ய விரும்பியது ஒரு பெண் உடல் என்பது கண்டு பிடிக்கப்பட்டது. உடற்கட்டு வாய்ந்த நாடோடிப் பெண் எவளோ !

இன்ஸ்பெக்டர் அந்த உடலைப் பிரேதப் பரிசோதனைக்கு அனுப்பிவிட்டு, அவ் விருவரையும் கைது செய்து பக்களாவைச் சோதனையிட இட்டுச் சென்றார். அவர்களுடன் மூன்று போலீஸ்காரர்களும் போனார்கள்.

அறை அறையாகச் சோதனை போட்டதில் புதிதாக எதுவும் அகப்பட்டுவிடவில்லை. ருத்ரமூர்த்தி தனது 'ஆராய்ச்சி அறை' என்று குறிப்பிட்ட அறைதான் குமாரி பவானி வர்ணித்த சூழ்நிலை என்று தெரிந்தது. அங்கு ரசாயனக் கருவிகளும் கண்ணாடி பாட்டில்களும் வேறு பல விதச் சாமான்களும் இருந்தன. மேஜை அருகில் தரைமீதிருந்த பெரிய கண்ணாடி ஜாடி யொன்றில் புது

ரத்தம் இருந்தது. மனித உடலிலிருந்து ரத்தம் வடித்தெடுக்கும் கருவியுமிருந்தது.

'இதெல்லாம் என்ன ?' என்று உறுமினார் இன்ஸ்பெக்டர். 'ஆராய்ச்சிக் கருவிகள்' என அமுத்தலாகப் பதிலிறுத்தார் ருத்ரமூர்த்தி.

'அதுதான் தெரிகிறதே. ஆராய்ச்சி என்ற பெயரில் நீர் பெண்களைக் கொலை செய்கிறீர். இதுவரை இந்த வட்டாரத்தில் எட்டுப் பெண்களை ரத்தபலி செய்துவிட்டீர். இன்று நடந்தது ஒன்பதாவது பலி. அதுவும் எங்களுக்குத் தெரியும்' என்று கர்ஜித்தார் இன்ஸ்பெக்டர்.

ருத்ரா சிறு சிரிப்புச் சிந்தினார். 'சாட்சி இருக்கிறதா ?' என்று அலட்சியமாகக் கேட்டார்.

'இன்று நடந்ததை நாங்கள் எல்லோரும் பார்த்தோம். மற்றக் கொலைகளுக்கு அந்தந்தப் பிரேதங்களைப் பற்றிய விவரங்களே சாட்சி.'

'பிரேதங்கள் பேசாதே ஐயா !'

'குமாரி பவானி பேச முடியும். அவளையும் நீர் சாகடித்த அழகிகள் வரிசையில் சேர்த்திருந்தால் அது தவறு என்பதைப் புரிந்து கொள்ளும். உமது ரத்த புஷ்ப ஆராய்ச்சி பற்றி நீர் அவளிடம் சொல்லியதை அவள் வெளிப்படுத்தி விட்டாள்.'

ருத்ரமூர்த்தியின் கண்களில் ஓர் ஒளி கனன்றது. 'அது அறிவின் வெற்றி என்று நீரும் ஒப்புக் கொள்கிறீரா? ஆராய்ச்சி இயற்கையையே முறியடித்து விடுகிறது. இல்லையா ? சாதாரண புஷ்பத்திற்கு அதி விசேஷ அழகும், உயிர்ப்பும், வர்ண ஒளிக் கவர்ச்சியும் கொடுக்க முடியும் என நான் கண்டுபிடித்து விட்டேன். அதற்கு இந்தப் புஷ்பங்களே சாட்சி. வீட்டின் பின்புறத் தொட்டிக் கட்டிலே வளரும் செடிகள் சாட்சி. செடிகளைக் கவனியுங்கள். நளினப் பெண்கள் போல அல்லவா ஆடி அசைந்து ஒயிலாகக் காட்சி தருகின்றன. சிவந்த செடிகளின் செக்கச் சிவந்த ரத்த வண்ணப் பூக்களைப் பாருங்கள். ஆயுள் காலம் பூராவும் அவற்றையே பார்த்துக் கொண்டிருக்கலாம் என்ற ஆசை உண்டாகுமே ! நான் பயிர்ச் சோதனைகளிலும், பலவிதப் புஷ்பப் பரிணாம ஆராய்ச்சிகளிலுமே என் வாழ்வைக் கழித்து வந்திருக்கிறேன். அழகிய பெண்களை விட உயர்ந்தவை செடிகள் என்று தான் நான் சொல்லுவேன். அழகியரின் சிரிப்பைவிட, அவர்களது முக காந்தியைவிடச் சிறந்தவை – இனியவை –புஷ்பங்கள் என்று சொல்வேன்...'

இன்ஸ்பெக்டர் குறுக்கிட்டார்; "நீர் என்ன வேண்டுமானாலும் சொல்லும், உம்மை யாரும் தடை செய்யமாட்டார்கள். அதிகப்படி உளறி ஆபத்து விளைவித்தால் உம்மைப் பைத்தியக்கார ஆஸ்பத்திரியில் தள்ளி விடுவார்கள். ஆனால் நீர் பேச்சோடு நிற்கவில்லையே ! பேய்த்தன வேலைகள் செய்திருக்கீறீரே. எட்டுக் கொலைகள்; ஒரு யுவதியைக் கொலை செய்ய முயன்ற குற்றம் வேறு. அதற்கு என்னய்யா சொல்கிறீர் ?"

வெள்ளி மயிர்கள் குச்சிகுச்சியாய் நின்ற மண்டையைத் தன் கையினால் தடவினார் ருத்ரமூர்த்தி. சொன்னார்; 'நான் அவர்களைக் கொல்லத் திட்டமிடவில்லை. அழகிகளின் ரத்தம்தான் எனக்குத் தேவை. அவர்களது உடலோ உயிரோ எனக்கு எவ்வகையிலும் பிரயோசனப் படுவதில்லை. அவர்கள் பலவீன ஜந்துக்கள் என்று நிருபித்து விட்டார்கள்; செத்துப் போனார்கள் ! கன்றுகளுக்கும் மனிதர்களுக்கும் நிறைய நிறையப் பால் கொடுத்தாலும் பசுமாடுகள் நன்றாக வாழவில்லையா ? இவர்கள் பசுக்களை விடப் பயனற்ற ஜீவன்கள் ! ஒரு கண்ணாடி ஜாடியில் ரத்தம் எடுத்தால், செத்துப் போகிறார்கள். இவர்களைச் சாக அடிக்க வேண்டுமென்ற நோக்கமே எனக்குக் கிடையாது. ரத்தம் எடுத்த பிறகு இவர்கள் உலவத் தயாராகயிருந்தால், நான் ஒவ்வொருத்திக்கும் ஆயிரம் ரூபாய் கூடக் கொடுத்து அனுப்புவேன். இவர்களது பலவீனத்தால் எனக்குத்தான் கால கஷ்டம்...'

ருத்ரமூர்த்திக்கு ஆராய்ச்சி மோகத்தினால் பைத்தியம் பிடித்துள்ளது என்றுதான் மற்றவர்கள் நம்பினார்கள் கடைசிவரை அவர் விடாப்பிடியாக வாதாடத் தவறவில்லை.

'யுத்தமுறை ஆராய்ச்சிகளுக்காகத் திறமைசாலிகள் ஆயிரக்கணக்கான மக்களைக் கொல்வதை உங்கள் சட்டமும் சமுதாய முறைகளும் பாபம் என்று கொள்ளவில்லையே ! விஞ்ஞான அறிவு அபிவிருத்திக்காகவும், உடற்கூறு சாஸ்திரப் பரிசோதனைகளுக்காகவும் எண்ணிலா மிருகங்கள் கொல்லப்படுவதைச் சட்டம் அங்கீகரிக்கிறதே. எனது பயிர்ச் சோதனையில் நான் வெற்றிகரமாக முன்னேறும்

போது நீங்கள் ஏன் தடையாகக் கிளம்புகிறீர்கள்?' என்று சவாலிட்டார்.

'இவன் மனித இதயம் படைத்தவனல்ல. பேய் மனம் பெற்ற அரக்கன். இவனை உயிருடன் விட்டு வைப்பது தவறு' என்றுதான் எல்லோரும் எண்ணினார்கள்.

அதற்கு வேண்டிய நியாய பூர்வமான நடவடிக்கைகள் எடுக்கப்பட்டு முடிவிலே தூக்கிலே தொங்க விடப்பட்டான் வக்கிரபுத்தி படைத்த அந்த அதமன்.

அவனுக்குக் கையாளாகயிருந்து ஒத்துழைத்த பாபத்திற்காக அவனது வேலைக்காரனுக்கு ஜன்ம தண்டனை அளிக்கப்பட்டது. பாதுகாப்பான ஒரு சிறையிலே தள்ளப்பட்டான் அவன்.

ருத்ரமூர்த்தியின் ஆராய்ச்சிச் செல்வங்களான செடிகள் தாமாகவே கருகிப் போயின. தனிரகப் போஷாக்கு பெறும் குரோட்டன்ஸ் செடிகள் வேறுவித வளர்ப்பு முறைகளுக்குத் திடீரென இலக்காகும் போது, மாற்றத்தைத் தாங்கி நிற்கும் திராணியற்றுச் செத்துப் போவதில்லையா, அதே கணக்குத் தான். மனித ரத்தத்தினால் வளர்ந்த பரம்பரையில் தோன்றிய இளஞ்செடிகளுக்குத் தினந்தோறும் 'பச்சைத் தண்ணீரை ஊற்றி வரவும் அந்தச் செல்லக் குழந்தைகள் பிராணத் தியாகம் செய்து கொண்டன!

'ரெண்டுக்கெட்டான்புர' ஜனங்கள் பேசிப் பேசிப் பொழுது போக்கத் தகுத்த விஷயமாயிற்று பங்களாவும் அதில் நடந்த நிகழ்ச்சியும்.

'எனக்கு மட்டும் ஆதியிலேயிருந்தே டவுட்டுதான். முதல் நாள் இந்த ஜம்பம் ஜானுடன் காரிலே வந்த பிக்சர் பியூட்டி இரண்டு மூன்று நாட்களுக்குப் பிறகு ஆற்று வெள்ளத்திலே பிணமாக அடிபட்டு வந்தாள் என்றால் என்னய்யா அர்த்தம்? ஏதோ மர்மமிருக்கு மின்னுதானே...... என்று அளந்தார் பழைய பிரதர்.

'ஓய், நிறுத்துங் காணும். அன்னைக்கு உம்ம வாயிலே கொழுக்கட்டையை வச்சுத் திணிச்சிருந்தீரோ? அப்பவே ரிப்போர்ட் செய்றதுக்கு என்ன கொள்ளை? சுத்தப் பயந்து எருவி அண்ணாவி நீ, பேசாமப் பம்மிப்போட்டு இப்ப வந்து பிரமாதம அளக்கியே, சீ போ !' என்று எரிந்து பிரதரை வாயடைக்க வைத்தார் ஒரு பெரியவர்.

ஆற்றங்கரைத் தோப்பு நடுவே சமாதி போலிருந்த பங்களா மறுபடியும் இருளடைந்த ஸ்தலமாக மாறிவிட்டது. பகலில் கூட அதனருகிலே போக அவ்வூர்க்காரரர்கள் பயப்பட்டார்கள். ஆகவே, ஆந்தைகளும் வௌவால்களும் யாரிடமும் மனுச் செய்து கொள்ளாமல், லைசென்ஸ் பெறாமலே, இந்த இருண்ட பங்களாவைத் தங்கள் சொந்த வீடாக உரிமை கொண்டாடி ஆரவாரித்தன.

★★★

www.ingramcontent.com/pod-product-compliance
Lightning Source LLC
LaVergne TN
LVHW010059061026
849532LV00005BA/1860